चंद्रकोर

शशांक विनायक आंबुर्ले

"चंद्रकोर" हा माझा पहिला कविता संग्रह मी माझ्या आई (सौ. वीणा विनायक आंबुर्ले) आणि बाबांना (श्री. विनायक तुकाराम आंबुर्ले)समर्पित करतो.

अनुक्रमणिका

अनुक्रमणिका

अनुक्रमणिका

प्रस्तावना

प्रस्तावना

रेखीव आणि ठसठशीत 'चंद्रकोर'

'कवी' म्हणून ज्याच्या माथ्यावर चंद्रकोर रेखू शकतो अशी निश्चित ओळख करून देणारा करकरीत संग्रह हातात आहे, ज्याचे नाव आहे- चंद्रकोर. या संग्रहाचे कवी आहेत-शशांक विनायक आंबुर्ले. सर ज. जी. कला महाविद्यालयात 'शिल्पकला' या प्रकारात त्यांनी कलाशिक्षण घेतले आहे. हे सुरुवातीलाच सांगायचे कारण म्हणजे त्यांच्या अनेक कविता या शिल्पा प्रमाणे आखीवरेखीव आहेत. आजच्या युगात मोठ्या प्रमाणात 'मुक्तछंद' या प्रकारात कविता लिहिली जाते या पार्श्वभूमीवर छंदात कविता लिहिण्याचा प्रयत्न शशांक यांनी केलेला आहे, जो कौतुकास्पद आहे!

होईल जेव्हा नभी कातरवेळ

येईल चांदणी सवे तुझ्याजवळ

(चंद्रकोर)

किंवा

पावसाची आस ही सवयीची

सुकलेल्या खोडाला आस पालवीची

(तृष्णा)

किंवा

घन मेघांनी हे अंबर ग्रासले

तृण हे बघून गालात हसले

(गोष्ट तृणाची)

अशी अनेक उदाहरणे देता येतील.

'तृषाकांत', 'प्रपात', 'आत्मकोष' यासारखे कित्येक नवीन शब्द जे सहसा आपल्याला कवितांमध्ये दिसत नाहीत ते मोठ्या प्रमाणात या कवितासंग्रहात आढळतात.

कधी एकांकिका लेखन कधी शॉर्ट फिल्म, कधी ॲनिमेशन कधी पाककला इत्यादी अनेक विविध पातळ्यांवर काम करणारे शशांक यांना आपल्या कवितेतही नवनवीन प्रयोग करावेसे वाटतात. आता हीच कविता पहा ना-

ट्रू वारा डॉट विंडकर @ अंबर मेल डॉट कॉम

सब्जेक्टमध्ये टाकले इगरली वेटिंग जेरी ॲड टॉम

(इ-मेल टू वारा)

अशा कविता तरुणांना नक्कीच जवळच्या वाटतील! शेवटी या समकालीन भाषेत दिलेला संदेश हा आजच्या काळातील संदेश आहे. माणसाच्या जगण्याच्या बाह्य आणि आंतरिक परिप्रेक्षात काहीतरी वेगळं शोधण्याची कवीची धडपड आहे. आजच्या काळातले जगणे हे खूपच स्ट्रेसफुल आहे त्यामुळे एकीकडे स्ट्रेस आणि एकीकडे कवीचे काल्पनिक जगतातील जगणे सुरू असते, हा विचार खालील दोन ओळीतून किती छान मांडला आहे पहा-

शिफ्ट डिलीट करूनही मनाचा टेम्प फोल्डर जात नाही.

आठवते ती स्माईल की मी कधी झोपी जातो मला कळत नाही.

(बेचैन)

प्रेम- मैत्री- निसर्ग- नातेसंबंध- अध्यात्म यासोबत जीवनाचा भाग बनलेल्या निर्जीव वस्तू जशा लिफ्ट, कॉम्प्युटर, मोबाईल या सर्व विषयांवरील कविता या संग्रहात सामावलेल्या आहेत.

उदा.-

तू फेसबुक, व्हाट्सअप वर आहेस

पण टेक्स्ट,फोन करणार नाही कधी

(अर्ज...)

आपल्या कवितांमधून सामाजिक जाण ठेवत
'फिनिक्स'सारखी कविता लिहिलेली आहे. अशा कवितांमधील
ओळी केवळ वाचनीय नसून विचार करण्याच्या पातळीवर नेऊन
ठेवलेल्या आहेत.

जे घडवायचे ते याच जन्मी, भविष्य पाहिले कोणी?
व्यसनांना घालेन वेसण, होईन मी सम्राट कोणी. (फिनिक्स)
या संग्रहात चक्क आजच्या काळाची लावणी सुद्धा आहे-
डीपीवरचा तुझा फोटो माझ्यासाठी चंद्र गं
दिसतेस तेव्हा पुनव न दिसतेस तेव्हा आवस गं
(Whatsapp Love)

'माझिया प्रिया', 'झुळूक', 'रिपेअर', यासारख्या कविता
मुळातूनच वाचाव्या इतक्या दर्जेदार आहेत की हा कवीचा पहिला
संग्रह आहे यावर विश्वासच वाटत नाही. कवितेपलीकडचा पट
उलगडणारी कविता आहे. कविता चांगली किंवा उत्तम असे
आपल्याला म्हणता येत नाही. एखादी कविता आपल्याला आवडते
किंवा आपल्याला आवडत नाही इतकेच! यातील कितीतरी कविता
आपल्याला आवडतात इतकेच नव्हे तर आपल्या आयुष्यातील
अनेक अनुभवांच्या आपल्याला जवळ घेऊन जातात. इथेच या
कविता वैश्विक होतात.

नव्याने लिहिणारा कवी असला तरी नवेपणाच्या कुठच्याही
खुणा या कवितांमध्ये नाहीत. आपली हीच सर्जनशीलता अशीच
टिकून राहावी आणि आपल्याकडून बहुरंगी, बहुढंगी कवितांची
निर्मिती व्हावी अशा शुभेच्छा देते!

प्रा. प्रतिभा सराफ
98925 32795

ऋणनिर्देश, पावती

ज्या व्यक्ती मुळे ह्या कविता प्रसूत झाल्या त्या व्यक्तीचे
शतशः आभार.

तिने मला ह्या भावनिक हिंदोळ्यातून जाण्यास भाग पाडले
आणि त्या विधात्याचे ज्याने त्या भावनांना शब्द दिले.

माझ्या सर्व मित्र मैत्रिणींनी आणि गुरूंनी मला दाद देऊन
प्रोत्साहित केलं त्या सर्वांचा मी ऋणी आहे.

आणि प्रा. प्रतिभा सराफ यांनी उत्तम प्रस्तावना देऊन
"चंद्रकोर" ह्या माझ्या पहिल्या काव्य संग्रहाला शुभाशिर्वाद
दिल्याबद्दल त्यांचा आभारी आहे.

नांदी, प्रस्तावना

"चंद्रकोर" ह्या कविता संग्रहात आपल्याला प्रेम,मैत्री,विरह,निसर्ग, नाते संबंध ह्या विषयावर तुमच्या मनातील भावना शब्दरूपात सापडतील.

मन हे काल्पनिक आहे. तरी ते वैश्विक आहे ह्याची अनुभूती येईल.

1. चंद्रकोर

वैशाखाच्या ऐन सकाळी, मेघ दाटले आभाळी
काही कृष्ण धवल, काही पिंगट पिवळसर
त्यामागून हळूच डोकावली नाजूक चंद्रकोर
शांत शितल चंचल लाजरी चित्तचोर
असतील भावना किती मनात तिच्या
पौर्णिमेची रात्र जागवू कुशीत तुझ्या
निरोप देताना तू आज क्षितिजावर
वचन दिले येशिल उद्या अंबरावर
होईल जेव्हा नभी कातर वेळ
येईन चांदणी सवे तुझ्या जवळ
वाहतील जेव्हा वारे मंद मंद
दरवळेल रातराणीचा धुंद गंध
संकेत समजून माझिया प्रिया
येशील का तू सांगना राया ?

2. सहवास

तू माझी साथ दे, तू माझा सहवास घे
तुझ्याच सम सखा, असावे निरंतर
मतभेद आपल्यतले करावे अंतर
मनी मी चा होईल अलगद विसर
गारूड मजवर तुझाच राहो अक्सर
तू माझी साथ दे, तू माझा सहवास घे
किती आळवू माझ्या भोळ्या शंभूला
सात जन्माचे वचन देते आज मी तुला
घडवायची आहेत स्वप्ने माझी तुझ्या सवे
गुंफून स्वप्नात तुझ्या विरघळून मोक्ष हवे
तू माझी साथ दे, तू माझा सहवास घे
नको मज आता व्यवहार पुन्हा पुन्हा
फक्त निर्व्याज सहजीवन एकदा पुन्हा
करेन चित्त माझे स्थिर आता
फिरून आला कंटाळा आता
तू माझी साथ दे, तू माझा सहवास घे

3. तृष्णा

तृषाकांत असताना बेचैन मन
हलकेच बरसताच पावसाचे थेंब
मना मनात आभ्र दाटतं
भजावे चिंब असं वाटतं
पावसाची आस ही सवयीची
सुकलेल्या खोडाला आस पालवीची
वैशाखाच्या दाहात होरपळे मी
करपली पाने तरी स्तब्ध मी
तुझ्याच भरवशावर जिवंत अजून
बरसशील पुन्हा निस्वार्थ म्हणून
घट्ट रोवून मुळे जमिनीवर ऊभी
सोसते धग अन् लक्ष नभी
आळवते तुज आता विलंब नको
मेघा तू लवकर ये मझ कारण नको
श्वास अडकला तुझ्यात आता उशीर नको
घटीका आली भरत वैशाखात मरण नको

4. एक लाट

शांत पाण्यावर रांगत होती एक चिमुकली लाट
स्वप्न उराशी घेऊन उतरली डोंगरा मधली वाट
सागराची उंच लाट होणे होती मनिषा तिची
स्वप्न मोठं होतं अन् वाटही ती खडतर होती
वाहत होती, झऱ्यातून ओहोळात, ओहोळातून नदीत
कोसळत होती कड्या कपारीत प्रपात होऊनी डोहात
ना खचली,पाताळाला स्पर्शून आली पुन्हा वर
नदी नाले पार करून आली विशाल पाण्यावर
विस्तिर्ण पात्र पाहून लागली स्वैर बागडायला
उल्हासी, चंचल होऊनी साद दिधली वाऱ्याला
वाऱ्यामध्ये वारं भरलं, बेभान होऊन तो अवतरला
नदीतून कधी खाडित आलो ना उमजले लाटेला
पोहता पोहता दमून,कित्येकदा येत होते तीराशी
निराश मनाला फुंकर घालून धाडत होता ध्येयाशी
स्वप्नाचा हा अखेरचा टप्पा, हुरहूर मनी लागली
प्रवास होता कठीण फार, साथ तिराची लाभली
जाता जाता मध्येच थांबली, आली फिरुनी माघारी
निरोपाचे डोळ्यात आसू अन् यशाचे हसू ओठावरी
अखेर लाट सागराची झाली, स्वप्न तिचे पूर्ण झाले
यत्न करता तुमचेही होईल जे आज लाटेचे झाले.

5. माझा शोध

प्रत्येकाला वाटते,
आपली पहावी वाट कुणी
प्रत्येकाला वाटते,
आपल्या सवे असावे कुणी
असे वाटणे किती निरर्थक आहे
जाणीव अपुर्णाची किती व्यर्थ आहे
मी स्वतः शी व्यक्त झालो
नव्याने पुन्हा स्वतःला पावलो
मी माझाच सखा आहे
अन् प्रतिक्षा ही माझीच आहे.
वाट पाहणे नाही आता
सर्वार्थाने फक्त मीच ज्ञाता

6. इमेल टू वारा

पावसा पावसा लवकर ये सोबत घेऊन सरीला
गरम आता होतय फार ईमेल धाडलाय वाऱ्याला
टू वारा डॉट विण्डकर @ अंबर मेल डॉट कॉम
सब्जेक्टमध्ये टाकले इगरली वेटिंग जेरी अँड टॉम
डियर वारा,
सहन केली फार पशु पक्षांनी उन्हाची धक धक
सृष्टी झाली रंगहीन सोसून ग्रीष्माची भग भग
एक गोष्ट एकशील माझी,
बिनबोभाट होशील राजी
जेव्हा येशील ढगांना घेऊन
रिप्लाय कर ईमेल पाहून
येऊ नकोस नुसताच असा
सायलेंट झोन शांत बसा
येताना कर मस्त धाम धूम नभी
फ्लॅश लाईट मारत सेल्फी छबी
पाऊस येण्याआधी पाठव मातीचा वास
विसर पडतो चॉकलेटचा वाटे घ्यावा मातीचा घास
माझी तयारी पूर्ण आहे ,लिस्ट एकदम फायनल आहे
मला नको रेनकोट छत्री, पण भिजण्याची हवे पक्की खात्री
जुन्या वह्या ठेवल्यात रेडी
पाण्यात सोडायला कागदाची होडी
आमची गँग बघते वाट

बघशील तेव्हा वेलकम थाट
नाचू आम्ही खेळू आम्ही परसातल्या चिखलात
मजा सारी लुटू आम्ही चिंब चिंब पावसात
जाता जाता एवढंच सांगतो ,फोर सिक्युरिटी रीजन
ई-मेल माझा गुपितच ठेव, आय लव रेनी सीजन
आय लव रेनी सीजन
थँक्यु इन ॲडव्हान्स
युवर युथ फुल
शशांक आंबुर्ले

7. पावसाची आस

ऋतू कुस बदलत आहे
पशुपक्ष्यांचा हर्ष पुन्हा आहे
चैतन्य पालवी फिरुनी येणे
नित्य निसर्गाचा नेम जाणे
ऋतू तोच पाऊस तोच
उष्ठ होण्या आधीर चोच
चिंब भिजण्याची आस पुन्हा
मिठीत असावे खास तेव्हा
कधी नुसता पाऊस पहावा
सोबत चहाचा घोट घ्यावा
जेवणात चमचमीत बेत असावा
दिवसाचा शेवट रजईत व्हावा

8. तुझं तू ,माझं मी
TTMM

गत जन्माचे ऋण होते
जुळून आले आपले नाते
जन्मोजन्मीचे प्रेम होते
की चित्रगुप्ताचे वही खाते
उधळले आयुष्य तुझ कारणे
गोंजारले तुझे कित्येक बहाणे
वाटले हेच प्रेम आहे
शाश्वत प्रीतीचा नेम आहे
व्यवहार मज ज्ञात नव्हते
सहजीवनात का आडवे येते
एके दिवशी साक्षात्कार झाला
प्रेम आयुष्यातून फरार झाला
गत जन्माचे ऋण संपले
स्वप्नवत सारे असेच वाटले
TTMM चे सूत्र बरे
तुझे तू माझे मी हेच खरे

9. निर्व्याज मैत्री

घर,शाळा, सारे मित्र सोडून नव्या घरात आलो
एकटं वाटून मित्रांच्या आठवणीने दुःखी झालो
मनात नसताना मी नव्या शाळेत गेलो
मित्र नव्हते म्हणून मी चित्रकलेत रमलो
नकळत हळूच ती डोकावली पाठी मागून
मैत्रीचा हात पुढे केला माझे चित्र पाहून
मी तिच्याकडे पहातच राहिलो, एकदम एक टक
मैत्रिण पहिली, नव्या शाळेतील पहिली चकमक
उंच सडपातळ बांधा, डोळे ते अधिक बोलके
काळ्या रिबिनीत वेण्या दोन,ओठांवरी हसू हलके
चुणचुणीत अवखळ ती, पायी मंजुल पैंजण
चाहुल लागे तिची ऐकोनी नाद रूणुझुण रूणूझुण
मैत्री अशी बहरू लागली,जसे आनंदाचे सण
नजरच आता बोलू लागली, अबोल शब्द कण
एकदा ती व्यक्त झाली, मी अव्यक्त अबोल
मैत्री ना आमची तुटली, झाली अजून खोल
तीन दशकं उलटून गेली, बदलली समिकरणं जीवनाची
नाते आमचे अबाधित राहिले, गोष्ट होती निर्व्याज मैत्रीची
असतो आम्ही सदा, एकमेकांच्या सुखदुःखात
ना भेटणे ना बोलणे, तरी जागा पक्की हृदयात
जगी पुजनीय पवित्र नाते जसे राधा कृष्णाचे
सखा मी अन् सखी ती,असे नाते फक्त मैत्रीचे

10. बेचैन

रात्र सरली तरी डोळ्यांवर झोप नाही
असं काय आहे त्याची उकल होत नाही
कितीही कुस बदलली तरी, मन स्थिर नाही
शरीराला कितीही लावली तरी मनाला शिस्त नाही
थंड पाणी प्यायलो तरी मन शांत नाही
नुसतं पडून सुध्दा पापण्या जड होत नाही
शिफ्ट डिलिट करूनही मनाचा टेंप फोल्डर जात नाही
आठवते ती स्माईल की मी कधी झोपी जातो मला कळत
नाही

11. तू

रूसतेस तेव्हा अबोल तू
कारण न देता विलग तू
एकरूप होण्याचं ध्यास तू
मन बेचैन जरी शांत तू
दु:खावर सुखाचा मुखवटा तू
सर्वांना आनंदी ठेवण्याचा हट्ट तू
कधी विरघळशील माझ्यात तू
तू साखर तू मीठ आयुष्याची चव तू

12. तू अन् मी लिफ्ट मध्ये.........

तू अन् मी लिफ्ट मध्ये........

कधी चान्स मिळेल असा गिफ्ट मध्ये

तुझा तो सेंट.......... श्वासाचा रेंट

खुला करतो माझ्या हृदयाचा वेंट

मी तुझा वासु, तू माझी सपना

ओ मेरी डार्लिंग कहना मुझे अपना

तू अन् मी लिफ्ट मध्ये....

कधी चान्स मिळेल असा गिफ्ट मध्ये

ठुमक ठुमक चाल खट्याळ तुझे डोळे

क्लोज अप ची स्माइल देऊन घायाळ आम्ही भोळे

सेल्फी काढताना करतेस भारी पौट

चुंबनाच्या फॅन्टसीत मजनू ऑल औट

तू अन् मी लिफ्ट मध्ये....

कधी चान्स मिळेल असा गिफ्ट मध्ये

मिल गया चान्स, मिल गई गिफ्ट

आईशप्पथ अपना भी रोमान्स है सुपरहिट भिडू....

13. वाळू

वाळू कधीच मुठीत राहत नाही
वार्‍याबरोबर भरकटत जाणं तिचा गुणधर्म आहे
त्यात रोपटं कधीच रूजत नाही
फक्त किनाऱ्यावर तिची शोभा आहे.
तरी मोह आवरत नाही तीला हातात घेण्याचा
निसटता आठवण येते ती ओल्या मातीची
मृद्‌गंध कसा श्वासात भिनतो, चैतन्याची जाणिव देतो
वाळूला ना संवेदना ना ओलावा ना गंध फक्त शुष्क
अस्तित्व
सदा किनाऱ्यावर राहून दिवास्वप्न पहाते सागर मिलनाचा
मला पुरतं कळून चुकलय, ओलावा, संवेदना, मातृत्व, नाती
फक्त मातीच जपते.
वाळू फक्त शोभेची असते, अनेकांच्या सहवासात रमते
नाती ती मानत नाही, पाश तीला जखडू शकत नाही
तिला ठाऊक असतं, ती वांझोटी आहे म्हणून ती मातीशी
जुळवून घेत नाही.
तिचा अहम मोठा ती कोणाकडे जात नाही, प्रेमाचा हात
पसरत नाही
युगानुयुगे ती तशीच आहे, तिथेच आहे आणि युगानुयुगे
तशीच रहाणार आहे आपला अहम जपत.

14. आस

तुझा चेहरा पडद्याआड जरी
आतूर ऐकण्या स्वर शब्द परी
डोळ्यावर बट, गालावर खळी
ओठांवर हसू, भाळी चंद्रमौळी
कमनीय बांधा शिल्प पाषाणातले
सारे तुझे रुप फक्त माझ्या मनातले
हुरहुर तुला भेटण्याची, डोळे भरून बघण्याची
सुरूवात नव्या नात्याची, पुन्हा डाव मांडण्याची

15. स्वैर

थंड वार्‍याची झुळूक शहारते तन
दिर्घ श्वासात शोधते तुला हे मन
तुझा गंध स्मरणात न माझ्या
उगा धडपडतो आठवणीत तुझ्या
श्वासांचे संगीत न बहरले कधीही
अभासी तू अनोळखी तू आताही
तू माझ्या कल्पनेतील पात्र कोणी
कोणी मेनका, उर्वशी, रंभा कोणी
पात्राच्या प्रेमात पडण्याची जुनीच खोड
कविता कथांच्या विषयाला नाही मोड
स्वैर जीवन, स्वैर विचार, स्वैर नाती
सगळेच कसे स्वैर, स्वैर अवतीभवती

16. ममता

तू नसुनही खुप जवळ आहेस
स्वप्नातली सोनपरी तूच आहेस
डोळे तुझे शिंपल्यातील मोती
हास्य पंच किरणासम भासती
आठवणीच्या हिंदोळ्यात बेचैन मी
तुझ्यावाचून जनसागरात एकटीच मी
भिरभिरत्या नजरेने तुलाच शोधते
आई सोनूल्या पिल्लाची वाट बघते

17. ऋतू

मेघ दाटून आले
मन आतूर झाले
झेलण्या पावसाचे थेंब टपोरे
वारा तुफान सुटला
अंगी वणवा पेटला
कधी बांध सुटेल नाही नेम
मनी काहूर माजले
श्वास कंठी दाटले
कसे कळवू माझे क्षेम
ऋतू आज बहरला
रोम रोम शहारला
चिंब भिजावे तुझे प्रेम
तू आलिंगन देता
ऊर भरूनी येता
जग गोठवी प्रत्येक थेंब
भान हरपले आता
स्पर्श तुझा होता
ठाई ठाई विश्वास बिंब
होते अधुरी, झाले पुर्ण तुझ्या कारणी
प्रितीचा ऋतू येवो सदा क्षणो क्षणी, क्षणो क्षणी

18. नजर

सुंदर कातर गुलाबी मदभरी शाम
तुझ्या नयनात भरले कित्येक जाम
किती रिझवावे कुठे थांबवावे
भान जगाचे ना आता उरावे
तुझ्या नजरेत एक गझल आहे
गुंतण्यात तुझ्या माझी मजल आहे
नजर भिडण्या आड एक बट वावरते
शब्दांनाही साध्य नाही अशी सावरते
सारं कसं अलौकिक अवास्तव भासते
सारे असुन नसल्या सारखे फक्त ती दिसते
प्रेमात पडलेल्या प्रत्येकाला असंच वाटते
शोध इथवरच होता, इथेच त्याची वाट लागते

19. उमेद

ह्या वर्षी उन्हाळा फारच कडक भासतोय
लॉकडाऊनमुळे अतिशय भकास वाटतोय
जरी नकारार्थी आहे सगळं,
तरी पावसाची वाट बघतोय
वर्षा येईल आणि सृष्टीचं चित्र पालटेल
नैराश्याच्या खोडाला आशेची पालवी फुटेल
वहातील झरे मना मनातून
स्मित उमलेल मुखा मुखातून
नकळत अश्रू वाहतील धारेतून
नवचैतन्याचे स्वागत होईल मनातून
नवी धरती नवं आकाश प्रत्येकाचे
उमेदीने भरतील शिखरे क्षितिजांचे
तेव्हा नसतील अपयशाच्या पाऊल खुणा अंधुकही
असतील फक्त नवी दिशा,नवे स्वप्न जागेपणी वा झोपेतही

20. उन्हाळा माझा जिव्हाळा

घामानं अंघोळ झाली, आता पुन्हा कशाला?
चिंब भिजलेली बनियन पिळून वाळत घालावी
मनसोक्त उघड्या बंब देहावर फॅनची हवा घ्यावी
काचेच्या ग्लासात बर्फ टाकून पन्हं प्यावं
तप्त जीवाला शांत वाटावं, असं निवांत पडावं
ओघळणारा घाम न पुसता तसाच सुकवावा
उन्हाळा एन्जॉय करत, देवगडचा हापुस आंबा खावा
फक्त एक उणीव आहे, म्हशी सारखं दिवसभर पाण्यात
डुंबुन राहण्याची. तेवढं सोडलं तर लाईफ सेट आहे
आहा हा! काय फिलिंग आहे. I am loving it.

21. अर्ज...

तू कशी आहेस, कुठे आहेस

मी विचारणार नाही कधी

तू जशी आहेस, जिथे आहेस

दुःख आसपास येऊ नये कधी

तू फेसबुक,व्हॉट्स अप वर आहेस

पण टेक्स्ट, फोन करणार नाही कधी

तू फोनच्या रेंज सारखी आहेस

म्हणून मी तुझ्या रेंज मध्ये येणार नाही कधी

माझा नंबर तोच आहे, ऍड्रेस ही तोच आहे

चुकून वाटलं तरी फोन नको करू कधी

मी माझा आहे, तू तुझी आहेस

आपलं म्हणून तू सोबत नव्हतीस कधी

आज भावनेला व्यवहार कळला आहे

विश्वासाचा सूर्य पुन्हा ढळला आहे

ह्या तिमीरां नंतर आशेचा एक नवा किरण आहे

पैलतीरी हात पसरुन वाट बघत कोणी उभा आहे

22. साथ

शोध माझा संपल्या सारखे वाटते
कोणी मला भेटल्या सारखे वाटते
माझ्या शब्दांना सुर सापडलेसे वाटते
सुरांना मधुर कंठ लाभल्याचे वाटते
शब्द माझे सुर तुझे सारे एकच वाटते
जीवन गाणे रचत रहावे असे वाटते

23. Whatsapp Love
(लावणी)

DP वरचा तुझा फोटो माझ्यासाठी चंद्र गं
दिसतेस तेव्हा पुनव न दिसतेस तेव्हा आवस गं
जी जी रं....माझ्या राणी तू गं, माझ्या सजणी तू गं
हा... जी जी रं. जी जी रं. जी जी रं.. हा.. हा.. हा.
सकाळच्याला फोन आला नाव नंबर unknownn हा
राँग नंबर तरी बरीच बोलली कथा अजबही तुमीच पहा
डोकं माझं गुंगू लागलं, ऐकून तीची बडबड हो
कोण कुठली कोणास ठाऊक, का झापते ती मला हो
जी जी रं....माझ्या राणी तू गं, माझ्या सजणी तू गं
हा... जी जी रं. जी जी रं. जी जी रं.. हा.. हा.. हा.
थोड्या वेळाने मेसेज आला, चुकून तुम्हाला फोन लागला
Sorry म्हणण्या लय पाठवले इमोजी अन् flowers हो
अशी आमची ओळख झाली, whats app वर मैत्री हो
सकाळ संध्याकाळ मेसेजची, ओढ नोटिफिकेशनच्या घंटीची
DP वरचा तुझा फोटो माझ्यासाठी चंद्र गं
दिसतेस तेव्हा पुनव न दिसतेस तेव्हा आवस गं
जी जी रं....माझ्या राणी तू गं, माझ्या सजणी तू गं
हा... जी जी रं. जी जी रं. जी जी रं.. हा.. हा.. हा.
बहरलं असं प्रेम प्रत्यक्षात आम्ही कधी भेटलोच नाही
फुकटच्या त्या आणाभाका आणि थट्टा सार्‍या भावनांच्या

जशी अचानक आली जीवनात तशीच ती गेली हो
व्याकुळ माझा जीव झाला सगळीकडे मी block हो
जी जी रं....माझ्या राणी तू गं, माझ्या सजणी तू गं
हा... जी जी रं. जी जी रं. जी जी रं.. हा.. हा.. हा.
राँग नंबरनी सुरुवात झाली राँग होता माझा विश्वास हो
मृगजळा मागे धावता धावता मधेच गायब झालीस ग
भास होता की फास होता वाचलो मी थोडक्यात हो
बळी जाण्याची वाट का पहाता गोष्ट ठेवा डोक्यात हो
जी जी रं....माझ्या राणी तू गं, माझ्या सजणी तू गं
हा... जी जी रं. जी जी रं. जी जी रं.. हा.. हा.. हा.
DP वरचा तुझा फोटो माझ्यासाठी चंद्र गं
दिसतेस तेव्हा पुनव न दिसतेस तेव्हा आवस गं
जी जी रं....माझ्या राणी तू गं, माझ्या सजणी तू गं
हा... जी जी रं. जी जी रं. जी जी रं.. हा.. हा.. हा.

24. उष्टे ओठ

एकदा ओठ उष्टे झाले की पुन्हा कधीच उष्टे होत नाही
कारण उष्टे झालेले ओठ कोणालाच कधी कळत नाही
ओठ उष्टे होण्या आधी पान लिपस्टिकने रंगवावे लागतात
आकर्षक,मादक मोहक स्माईलने सजवाव्या लागतात
रंगवलेल्या ओठांवर लीपग्लॉस ची चकाकी चढली
की समजावं मोहात अडकून बिचाऱ्याची विकेट पडली
एकदा ओठ उष्टे झाले की पुन्हा कधी उष्टे होत नाही
कारण उष्टे झालेले ओठ कोणालाच कधी कळत नाही
सेल्फीचा पौट वा क्लोज अप स्माईल
ओपन इनव्हिटेशन जो कोणी घेईल
हिशोब राहतो फक्त उष्ण श्वासांचा
शरीरावर उरतो ठसा लाल तृष्णेचा
एकदा ओठ उष्टे झाले की पुन्हा कधी उष्टे होत नाही
कारण उष्टे झालेले ओठ कोणालाच कधी कळत नाही
ओठ तेच खरं खोटं करणारे
बरेचदा आपली गुपित दाबणारे
तुझ्या शब्दावर विश्वासाची मोहर
कित्येक पचवले त्यामागचे जहर
एकदा ओठ उष्टे झाले की पुन्हा कधी उष्टे होत नाही
कारण उष्टे झालेले ओठ कोणालाच कधी कळत नाही

25. गोष्ट तृणाची..

घन मेघांनी हे अंबर ग्रासले
तृण ते बघून गालात हसले
निरोप घेऊन चतुर आला
भिर् भिर् कानी फितुर झाला
पावसाची चाहुल, मनी लागली, चिंब चिंब नहाण्याची आस
मोहरून अंग तुझ्या मिठीत,. थेंबा थेंबात बहरण्याची कास
पानापानातून ऋतू हासेल, फुलाफुलातून सृष्टी नाचले
खेकडे वाकडे चिखला मध्ये, माशांसाठी ही तळे साचले
झोपलेल्या बीजांना ही मार्ग सापडेल प्रगतीचा
पाताळाची छाती भेदून राजा होईल अवनी चा
सणा मागुन सण ते येतील नवी अशा जागवायला
उदंड पिक शेतात येईल, आपल्या गरजा भागवायला
गोष्ट इतकी छोटी होती, चिमुकल्या तृणाची
तहान त्याची भागवताना गोष्ट झाली सृष्टीची.

26. तुम्ही कसे आहात?

तुम्ही कसे आहात?
मी छान आहे,
मखमली आळवाचं पान आहे
पावसात भिजलो ना कधी
पाण्याला मोती दाखवण्यात माझी शान आहे
तुम्ही कसे आहात?
मी छान आहे,
बांधावरचं काटेरी निवडुंग आहे
सा-यांनाच भीती माझी
म्हणून कुंपणावर रक्षणाचा मान आहे
तुम्ही कसे आहात?
मी छान आहे,
पोटासाठी पानं कुरतडणारी किळसवाणी अळी आहे
आत्मकोषाला फाडून बाहेर पडणारी. मी रांगायची,
आता आकाशात मुख्यतः संचार करणारा मी फुलपाखरू
आहे
तुम्ही कसे आहात?
मी छान आहे,
नेहमीच माती खाणारा,
वळवळणारा क्षुद्र गांडूळ आहे
माती भुसभुशीत करून पिकांना श्वास देणारा
मी एक शेतक-याचा मित्र आहे.

तुम्ही कसे आहात?
मी छान आहे,
शिस्तीत रांगेत धावणारी मुंगी आहे.
दुप्पट वजन उचलणारी शक्तिशाली, हार न मानणारी
अजस्त्र हत्तीलाही चितपट करणारी
मी एक सैनिक मुंगी आहे.
सर्वच आहेत शिक्षक जगी
डोळसपणे पाहता आपण
सूक्ष्म जरी असतो अणू- रेणू
उदरी विनाशाचा अंश जणू.
तुम्ही कसे आहात?
मी छान आहे,

27. प्रार्थना

देवाजीच्या मना मधं काय दडलं हाये
बाप्पा तुला कसं सांगू काय घडलं हाये
प्रेमासाठी तोडलं म्या वृद्ध मायबापा
लेकराला शिकायला धाडलं दुर देशा
सारं केलं तीच्यासाठी फरफट मोठी झाली
स्वार्थ साधून एके दिवशी मला सोडून गेली
देवाजीच्या मनामधं काय दडलं हाये
बाप्पा तुला कसं सांगू काय घडलं हाये
माझंच मला उमगं ना,काय इपरीत झालं
वासने पायी संसाराला भस्म तीनं केलं
तिला तिची वाट सापडो आर्त करतो देवा
घसरला जर तोल कधी सांभाळ तीला तवा...
सांभाळ तिला तवा... सांभाळ तिला तवा..

28. माझिया प्रिया

सांजसमयी कातरवेळी कशी दिसशी तू प्रिया
आसमंतात ढग दाटावे तशी तुझी केश काया
ढगा मागुन चंद्र दिसावा तसा स्तब्ध तुझा चेहरा
रातकिड्यांची किरकिर भासवी अबोल तुझा मोहरा
श्वासालाही बंध घालशी मन कल्लोळ भरती
निश्चल सारी सृष्टी होऊनी मन होई सारथी
जरी स्तब्ध तू, अबोल तू, मन अस्थिर बेचैन
हृदयातून हुंदका फुटावा नभी विजेचे थैमान
कोसळशील ज्याच्या माथी,त्याची राख निश्चित
धारा मध्ये मिसळून आसू कसे लपवशी गुपित
मन रिक्त होण्या बरससी, सृष्टी होई धुसर
चिखलामधूनी मार्ग काढसी, बीजातून अंकुर

29. झुळूक

झुळूक कानी कुजबुजून गेली
तुझ्या भेटीसाठी आतुर झाली
विरह मज आता सोसवेना
जाणून घे रे माझ्या भावना
श्रृंगार केला तुझ्याचसाठी
आसुसली मी मिलनासाठी
चंद्राला मग मी साकडे घातले
सांगितले पीळ माझ्या मनातले
जरी आहोत देहाने विलग आज
स्मरते सदा तुझी मज नयन लाज
असो मनी विश्वास येईन परतूनी
रुसवा दूर करेन मिठीत घेऊनी
करेन वर्षाव प्रेमाचा घना परी
मोहरुन बहरशील तू वृक्षापरी

30. ओढ

सांज होते जेव्हा,ओढ लागते घराची
ओढ पिल्लांची,बायकोच्या सरप्राइजची
घरी आल्यावर आस नसते एक कप चहाची
असते एक थकवा दुर करणा-या स्माईलची
गरम गरम वरणभातावर मस्त तुपाची धार
दिवसभराच्या विरहानंतर गोष्टी व्हाव्या चार
निद्रेआधी चांदणं त्या दिवशी शेवटचं पहाणं
संसाराचे क्षण तारांगणापरी शाश्वत जपणं

31. गाठ

गाठ ती पहिल्या प्रेमाची कधीच सुटत नाही
विसरायचं म्हटलं तरी तिला विसरता येत नाही
गाठित अडकले कित्येक क्षण
ज्ञानेंद्रिये जपे स्मृतींचे कण
प्रयत्नांती करविले गाठी वरती गाठ
पण सा-याच निसरड्या सतराशे साठ
वाटे कोण्या वळणावरती व्हावी भेट पुन्हा
आणि हळुच उलघडावी ती गाठ एकदा जीवा

32. प्रत्येक नवऱ्याला एक बायको असते

प्रत्येक नवऱ्याला एक बायको असते
बायको असते म्हणून नवरा असतो
संसाराचा भातुकलीचा खेळ असतो
नियम तिचेच , आपण मात्र प्यादं होतो
जानू तु रोज सकाळी ऑफिसला जाणार
छान छान जेवण बनवून तुझी वाट पहाणार
आहे की नाही रोमॅन्टीक? असं ही विचारणार
ऑफिसचे टेंशन तिला कधीच नाही कळणार
प्रत्येक नवऱ्याला एक बायको असते
बायको असते म्हणून नवरा असतो
चेहऱ्यावर हसू ठेऊन रोज चॉकलेट आणायचं
तीची प्रत्येक आवड जपायची,शब्द झेलायचा
नकळत माझा मी विसरुन गेलो
आयुष्यात तिच्या भोवती फिरू लागलो
आता माझा बैल झालाय, घाण्याला जुंपलेला
बायकोसाठी जीन झालोय,जादुई दिव्यातला
जीनलाही साक्षात्कार होतो, गुलामीचा
बायको पुढे नवरा फडकवतो झेंडा बंडाचा
प्रत्येक नवऱ्याला एक बायको असते
बायको असते म्हणून नवरा असतो

33. मैत्रीण जेव्हा रुसते

मैत्रीण जेव्हा रुसते
मन अर्ध अर्ध भासते
लक्ष कशात लागत नाही
जेवण गोड लागत नाही
फोन होतो मुका कसा
श्वास हरवून देह जसा
मैत्रीण जेव्हा रुसते
मन अर्ध अर्ध भासते
आठवते मग तीचं स्माईल
सोबत हिंडलो कित्येक मैल
हि मुलगी जरा वेगळी आहे
मेकअपची तीला ॲलर्जी आहे
मैत्रीण जेव्हा रुसते
मन अर्ध अर्ध भासते
उगाचच मी सॉरी का म्हणावं
असेल गरज तर तीने म्हणावं
मग थोड्या वेळानं तीचा च फोन येतो
सॉरी बिरी सोडून आम्ही लॉन्ग ड्राईवहला जातो
मैत्रीण जेव्हा रुसते
मन अर्ध अर्ध भासते

34. कोरा कागद

कोरा कागद समोर होता
हातात होती लेखणी
विषय सारा डोक्यात होता
पण कागदावर काही येत नव्हता
मनात नुसते द्वंद्व च होते
शब्द अन् अर्थाचे
घुसमट ही नेहमीचीच
सगळी शक्ती गोठविणारी
पांढर्‍यावर काळे काही उमटत नव्हते
शब्दाला साधे अक्षर सापडत नव्हते
कोरा कागद कोराच आहे
विधी लिखित पहायचे आहे.

35. आरसा

आरसा खोटं बोलत नाही
मीही खोटं बोलत नाही
मला माझी मतं आहेत
त्याला त्याची मतं नाहित
लोकं त्याच्यावर खुप प्रेम करतात
पण तो कोणावर प्रेम करत नाही
तो असतो त्रयस्त, निर्विकार,
नसतं मन त्याला, ना आठवणी
तो असतो नेहमी वर्तमानात
ना त्याला भविष्याची चिंता, ना भूतकाळाची
वाटे आपणही असावे आरशासारखे
ऋणानुबंध नसावे आपले अन् पारखे

36. मैत्रीची पाखरे

झाला नभी आज मेघांचा गडगडाट

वर्षा ती बरसत होती पानात अन् खडकात

नाचत होती सरी बनुन सकल अवनीवर

वारा हे घडवित होता वर्षाला पडला विसर

वाहतो मज मेघ जरी मी त्याची धनी

असा अहंकार जागला वर्षाच्या मनी

वाऱ्याला ही राग आला, शिकवूया धडा वर्षाला

वाऱ्याचे वाहणेच थांबले,धाप लागली सृष्टीला

मेघांची गतीच खुंटली, लागली मेघावर डाफरायला

साऱ्यांचाच जीव की प्राण, विनव वाऱ्यास वहायला.

अहंकार विरला, चुक ऊमजली

शरमुनी ती वाऱ्याला शरण आली ,

वाऱ्याने ही हसत हात दिला

थांबलेला पाऊस सुरू झाला

दोघे हातात हात घालून सैरावैरा हिंडू लागले

त्यांच्या आत्म समर्पणाने पृथ्वी नाहू लागली

कोमजलेले टवटवीत झाले

उदास ओठावर हसू आले

आनंद वाटला की आनंद मिळतो

दु:ख पेरलं की दु:ख पिकवतो

मैत्रिचे हे अतूट नाते, युगांन् युगे सृष्टी गाते

सृष्टीची आपण लेकरे, नभी मैत्रीची पाखरे.

37. "तो"

विशाल त्या आसमंतात रंग उधळले ज्याने नभी
तोच प्रेरणा देतो सृजनाला, शब्द झेलतो कवी
आकार रूप सतत बदलून कोडे टाकतो जनी
लहानांबरोबर प्रौढ ही रमतो काळाचा तो धनी
छटा ह्या अगणित जरी, चित्रकार हेरतो तत्पर
मूर्ती कोरण्या घाव घाली, तो शिल्पकार सत्वर
अदृष्य ते ब्रश न् कॅनव्हास ,पेटी आवरली रंगाची
नभी चांदण्या येता चाहूल, लागली ती रजनीची
तोच रंग,तोच आकार तोच फुलवी मनी विकार
अहंकाराच्या हट्टापायी आपणच करतो आपली शिकार

38. मन सतरंगी

मन हिरवा मन पारवा भिरीभिरीत धुंडी मन गारवा.
मन चंचल मन कोमल तुला पाहता होई मन बावरा
झऱ्यासारखी अवखळ तू कंबर मोडत चालणारी
तृष्णा तुझी भारीच उष्ण, नजर खोलवर रुतणारी
रंगबिरंगी फुलपाखरू जेवा होते माझे मन
तुझ्या सारख्या फुलावर उधळून द्यावे सारे धन
थेंबांनी ही सहज पेलला इंद्राचा तो धनुष्य
सात रंगात पेरत जावे आपले एक आयुष्य
ती, मिळाली नाही तरी खेद नसावा अंतःरंगी
आपण आपले जगत रहावे सतरंगी, सतरंगी.

39. फिनिक्स

सरणावरती पेटले कोणी,झाला कल्लोळ ज्वालांचा
धस्स झालं छाती मध्ये, पेटता विस्तव विडीचा
ऋणानुबंध कसलेच नव्हते,तरी धड धड मनात
झुरक्या मागून झुरके निघाले, धुसरं सारे गगनात
सरणाचा तो दाह अंगार पेटूनी विडीचा झाला
झुरके घेता घेता नकळत तो ओठांशी आला
अजुन नव्हतो सरणावर, होतो मस्त खुशाल मी
हर चिंतेला बेफिकिरीने धुरात उडवत होतो मी
बेफिकीरीत फिकीर होती, आजारपणाच्या बिलाची
तिळा तिळाने विझत होतो घृणा करत व्यसनाची
जीवन अनमोल होते अन् इलाज होता बहुमोल
नातीगोती झिजत होती आयुष्य झाले मातीमोल
मृत्यूची भीती ना मजला, भिती ती जगण्याची
क्षणा क्षणाला लढता लढता सतत भीती हारण्याची
संपून जावा श्वास निमिषात,कायमची संपेल भीती
संपेल भिती अन् मी ही संपेन, पुन्हा घ्यावे जन्म किती
जे घडवायचे ते ह्याच जन्मी, भविष्य पाहिले कोणी?
व्यसनांना घालेन वेसण, होईन मी सम्राट कोणी.
विश्वास माझा माझ्यावरती, पांगुळगाडा मला नको.
ह्या हाताने घडविन दुनिया, अपयशाची भीती नको.

40. रविवारची सुट्टी

रविवारची सुट्टी मला वाटे महान
सुट्टी भागवी माझी आठवड्याची तहान
विस्की से घोट घेतो छोटे-छोटे छान
९० ६० किंवा ३० इतके लहान
बायको मला आता चकणा आण
बायको मला आता चकणा आण
चाकण्या मध्ये आणते सुरमई पापलेट
पिता पिता होतोय मला जेवायला लेट
रविवारची सुट्टी मला वाटे महान
सुट्टी भागवी माझी आठवड्याची तहान
दुपारच्या जेवणात कोंबडी वडे
चाऊन चाऊन करतो वेगळी हाडे
रविवारची सुट्टी मला वाटे महान
सुट्टी भागवी माझी आठवड्याची तहान
जेवणानंतर खायला गोड गोड पान
इशारा करत बायको हलवी हळूच मान.
रविवारची सुट्टी मला वाटे महान
सुट्टी भागवी माझी आठवड्याची तहान

41. रिपेअर

आधीचा काळ छान होता
प्रत्येकाला विशेष मान होता
साधा पेन बिघडला तर रिपेअर व्हायचा
टि. व्ही बिघडला तर मॅकेनिक यायचा
मिक्सर, ट्रान्झिस्टर, कुकर यादी फार
दुरुस्ती करून पुन्हा चाले वर्षे चार
आधीचा काळ छान होता
प्रत्येकाला विशेष मान होता
पुर्वी म्हणे नाती रिपेअर व्हायची
थोरंमोठी मिळून दुरुस्त करायची
रुसवे फुगवे सारे विरून जायचे
संसारात एखादे मूल जन्मायचे
आधीचा काळ छान होता
प्रत्येकाला विशेष मान होता
राजाराणीला संसारात नको कोणी
दोघांचं प्रेम कसं मऊ मऊ लोणी
आठवड्याचे पाच दिवस मरमर मरायचं
विकेंड साजरी करायला हॉटेलात जायचं
आधीचा काळ छान होता
प्रत्येकाला विशेष मान होता
नवरा बायको पेक्षा घट्ट नातं कलिगचं झालं
छोट्या छोट्या गोष्टींचं महाभारत झालं

ईगो आडवा येतो म्हणून बोलत कोणीच नसतं
नातं रिपेअर करायला कोणीतरी हवं असतं
आधीचा काळ छान होता
प्रत्येकाला विशेष मान होता
जमाना आहे युज अॅन्ड थ्रोचा
झालाच जर प्रॉब्लेम सिस ब्रोचा
तर हवं आहे एखादं रिपेअर सेंटर
नांदतील नाती शाश्वत समर विंटर
आधीचा काळ छान होता
प्रत्येकाला विशेष मान होता

42. विठ्ठल

एका विटेवर अट्टल तोची विठ्ठल जाणावा
ग्यानबा तुकोबा च्या गजरात डुलता कळस पहावा
जन्ममृत्यूच्या फेर्‍यात मी अडकलो माऊली
नाम जपता तुझी मिळते परमार्थ सावली
पंढरीची वारी आम्हा अध्यात्म चिंतन
डोकं ठेवता चरणावरी उध्दरी जीवन
युगे अठ्ठावीस एका विटेवरी उभा तू
अशीच चिकाटी मज अर्पिशील का तू
एका विटेपासून ती आणिक दुसरी विट
सोपान घडावया करशील ना सारं नीट
मॅनेजमेंटचा मंत्र तुझा अठ्ठावीस युगे जुना
सनातन धर्म जागवाया येशील ना पून्हा
विठ्ठल विठ्ठल करीता अंतरंगी आठवेल
शास्त्राची कास धरीता जग हे उध्दारेल

43. अधुरी कविता

का साद देतो मी तुला
मला उमगत नाही
फिरूनी माघारी येणार
असा भरवसा वाटत नाही
आलीस जरी तुला ओळखू कसा
अर्धवट डाव मांडू कसा
अनोळखी आपण एकमेंका
पुन्हा जीव गुंतवू कसा
राहिली पुन्हा अधुरी कविता
पुर्ण करण्यास येशिल आता
किंतू परंतु ठेऊन दूर
नात्याचे जुळवाया मधुर सूर

44. चंद्रकोर नभी

चंद्रकोर दिसते जेव्हा नभी
चांदण्यात ही दिसते तुझीच छबी
भाळी चंद्रकोर दिसे अनूप
आठवणींची किल्ली स्वरूप
लुकलुकते छेदणारी नजर
ओठांवरचे हसू करी कहर
उजळून येती स्मृति चित्रे तरल
वर्तमानाचे भान होती विरल
अशीही चंद्रकोर शाश्वत असे मनी
फक्त मला दिसशी ना दिसशी जनी
शशांक मी, माझी तू कला
अक्षय प्रीत. अर्पितो मी तुला

45. वहीचं शेवटचं पान

माझ्या वहीच शेवटचं पान
पहिल्या प्रेमाचं पहिलं गान
सुंदर अक्षरातलं नक्षीदार नाव
दिलाच्या आरपार बाणाचा घाव
नजरानजर या खेळात चंद्रसूर्य उभे अदबीने
लवता पातं पापणीचे ओशाळली ती शरमेने

46. शेवटची ईच्छा

हल्ली माझा आवाज तीला नको नको वाटतो
पूर्वी माझे शब्द ऐकायला तीचे कान आतूर असायचे
गुन्हा एवढाच झाला, मी तीला शेवटची ईच्छा विचारली
तीने अर्थाचा अनर्थ केला, पण तो क्षण दैवी होता
काही मागीतलं असतं तरी ईच्छा पूर्ण झाली असती.
रागात तीने तीची ईच्छा प्रकट केली, मला वेगळं व्हायचय
माझा शब्द मला पाळायचा होता, मी तथास्तू म्हटलं.
तिची ईच्छा पूर्ण केली. मी मात्र मी एकटा पडलो.
देव नेहमी मेहरबान होत नाही.

४७. लक्ष्मी

कधी तू येशील सांग माघारी
पक्षी आले घरट्यात परतुनी
कातरवेळी हूरहूर मनी
किर्र किर्र करती रात चांदणी
सुर्यास्तामागून गडद आकाश
शोधण्यास चंद्रमा पाडणरे प्रकाश
व्याकुळ मन माझे होई कासावीस
पळ पळ मना का युगे भासवीस
वेळेवर देवापुढे दिवाबत्ती झाली
तरी ती अजून घरी नाही आली
लक्ष्मी परी तुझी वाट पहात आहे
नारायण हा तुझा घर राखीत आहे

48. शुभेच्छा

असतेस तेव्हा छेडणे, नसतेस तेव्हा छळणे
कसे जमते तुला माझ्या सभोवार वावरणे
अवखळ तुझे हासणे अन् लाजून ते खुणावणे
प्रीतीच्या धुंदीत राहणे त्यासाठी सारे बहाणे
उत्कट चुंबनाच्या वर्षावात भिजून ते जाणे
काळ गोठून यौवनाचा सोहळा तो करणे
असतेस तेव्हा छेडणे, नसतेस तेव्हा छळणे
कसे जमते तुला माझ्या सभोवार वावरणे
प्रत्येकाचे सोबती चार दिवसाचे पाहुणे
आठवणींचा सेतू करी सुलभ एकटे जगणे
हृदयाच्या कप्प्यात संचित अनमोल सहजीवन
काटकसरीने खर्च करतो म्हातारपणी हेच धन
असतेस तेव्हा छेडणे, नसतेस तेव्हा छळणे
कसे जमते तुला माझ्या सभोवार वावरणे
तुला मी केलेला चहा आवडतो
आणि मला तुझ्या सोबत प्यायला
तुझे उकडीचे नाजूक मोदक आणि गुलाब जाम
चव अजून जीभेवर आहे तू जरी असतेस लांब
असतेस तेव्हा छेडणे, नसतेस तेव्हा छळणे
कसे जमते तुला माझ्या सभोवार वावरणे
केव्हा केव्हा तू खरं बोलत नाहीस,
त्याला मी खोटं बोलणार नाही

तुला तूझं स्वतः जवळ राखून ठेवायचं असतं
त्याला मी गुपित म्हणणार नाही
असतेस तेव्हा छेडणे, नसतेस तेव्हा छळणे
कसे जमते तुला माझ्या सभोवार वावरणे
आज तुझा वाढदिवस आहे केक भरवायला मी नाही
राहतेस कुठे ठाऊक नाही, गिफ्ट करायला समोर नाही
ईश्वर चरणी हिच प्रार्थना करतो, शोधतेस जे सापडावे तुला
आनंदाचे, स्वातंत्र्याचे, स्वैर बागडण्याचे द्वार होऊ दे खुला

49. संसाराची पर्फेक्ट फ्रेम

संसाराच्या फ्रेमचे नट बोल्ट आपण दोघे
लग्नाच्या फोटोत स्माईल करत ऐटीत उभे
दोघांचं नातं कसं एकदम घट्ट होतं
प्रेमाच्या आट्यानी नट बोल्ट पक्क होतं
संसाराच्या धकाधकीत एकमेकांना वेळ नाही
फ्रेम कधी खिळखिळी झाली कळलेच नाही
बोल्टचे आटे निसरडे झाले
हळू हळू नट बोल्ट दूर झाले
बिघडतंय बिनसतंय जाणवले घरच्यांना
ढिले आटे घट्ट करण्या समज दिली दोघांना
बोल्टचे फिरवून डोके घट्ट केले ढिले आटे
नटही पुन्हा जवळ आली असे आईवडिलांचे नाते
संसाराची फ्रेम नव्याने घट्ट झाली
दूर होणारी नाती पुन्हा जवळ आली
खिळखिळीत होणारी फ्रेम पूर्ववत झाली
तुटणाऱ्या संसाराची पुन्हा सरशी झाली
प्रेमाच्या फ्रेमचे असेच असते
एकदा जुळले की अतूट राहते
आता ना भीती खिळखिळी होण्याची
घट्ट आटे आता नात्यांचे
सहजीवन केवळ हाच तंत्र
सुखी संसाराचा हाच मंत्र

50. प्रतिक्षा

कोण कुठे चालला कोणास ठाऊक
कोणीतरी हुंदके देउन झाला भावूक
जाणाऱ्याला वेध असतात नव्या क्षितिजाचे
प्रतिक्षेत कोरडे चक्षू आस धरती मिलनाचे
जाणाऱ्याला काहीच कसे वाटत नाही
उंबरठ्यावर पाय त्याचे अडखळत नाही
निरोप देणारा मात्र शांत असतो
मनातील वादळे थोपवत असतो
काळजी वाहतो तो एकटेपणाची
बांधलेल्या घट्ट गाठी तुटण्याची
त्याच्या हाता उरते फक्त प्रतिक्षा
सुने होतात अर्थहीन दशदिशा

लवकरच पुन्हा भेटू...

कवी-शशांक विनायक आंबुर्ले.

" चंद्रकोर" ह्या कविता संग्रह नंतर आगामी प्रकाशन आहे "
मनातलं शब्दात" (फोटो-काव्य)
तुमचा अभिप्राय मोलाचा आहे. अभिप्राय देण्यासाठी
Email Id: shashankkamburle@gmail.com

धन्यवाद !

* 9 7 9 8 8 8 7 7 2 1 4 1 5 *